जादूचं खीरपात्र
आणि इतर कथा

अरुंधती पंडित

हे पुस्तक **माझं** आहे.

....

....

मेहता पब्लिशिंग हाऊस

JADUCHE KHIRPATRA ANI ITAR KATHA by Arundhati Pandit

जादूचं खीरपात्र आणि इतर कथा / बालसाहित्य
अरुंधती पंडित

प्रकाशक : सुनील अनिल मेहता
मेहता पब्लिशिंग हाऊस,
१९४१, सदाशिव पेठ, माडीवाले कॉलनी, पुणे ३०.
☎ ०२०-२४४७६९२४
E-mail : author@mehtapublishinghouse.com
Website : www.mehtapublishinghouse.com

मुद्रक : स्पेक्ट्रम ऑफसेट, एरंडवणा, पुणे ०४.

प्रथमावृत्ती : एप्रिल, २००५
द्वितीयावृत्ती : जानेवारी, २०१५
पुनर्मुद्रण : फेब्रुवारी, २०२०

मुखपृष्ठ व आतील चित्रे
चंद्रशेखर जोशी । देविदास पेशवे

(२ पुस्तकांचा संच)

अनुक्रम

सिंह आणि ससा

एका घनदाट जंगलात, एक सिंह राहात होता. तो जंगलाचा राजा होता. त्याचे नाव भयजनक होते. नावाप्रमाणेच तो अतिशय भयानक होता. त्याचा आवाज भेसूर होता, त्याला भयंकर राग येत असे आणि त्याची भूकही प्रचंड होती.

भयजनक इतका शक्तिवान आणि ताकदवान होता की जंगलातील प्राण्यांचे त्याच्यापुढे काहीच चालत नसे. ''धावा! धावा!'' भयजनक शिकारीला निघाला की सगळेजण ओरडत. भयजनकाच्या तावडीतून सुटलेल्या प्राण्यांची संख्या हाताच्या बोटांवर मोजण्याइतकीच होती.

पण आपले पोट भरले तरी भयजनक आपले शिकार करणे काही थांबवत नसे. त्याचे डोके ठिकाणावर नसले तर तो दिसेल त्या प्राण्यावर हल्ला करत असे. अनेक प्राणी त्याच्याकडून हकनाक मारले गेले होते.

एक दिवस सर्व प्राण्यांनी ठरवले की अशी मनमानी आणखी चालू द्यायची नाही. यातून काहीतरी मार्ग काढलाच पाहिजे.

शेवटी प्राण्यांनी सभा बोलावली आणि चर्चा करून त्यांनी एक निर्णय घेतला. त्यानुसार हरिण, याक, झेब्रा असे सर्व प्राणी राजाला भेटायला गेले.

कविराज माकड यांनी सर्वांतर्फे म्हणणे मांडले, ''महाराज, तुम्ही रोज इतक्या प्राण्यांना मारता. एक दिवस तुम्हाला खायला काहीच उरणार नाही. जर आम्ही एका प्राण्याला तुमच्या गुहेत पाठवलं तर तुम्ही बाकीच्यांना सोडून द्याल का?''

एका झाडावर चढून फांदीला लोंबकळून माकडाने भयजनकाला आणखी चार समजुतीच्या गोष्टी सांगितल्या. ''थोडक्यात आनंद असतो. औषधाचे छोटे डोस घ्या मग सशक्त व्हाल. प्रजेवर कमी कर लादा म्हणजे ती समाधानी राहील. तुमच्या गाईला नीट पोसा आणि ती चांगले दूध देईल. तुमच्या झाडांना भरपूर पाणी द्या आणि

रेशमासारखी फुले त्या झाडांवर डोलायला लागतील. तुमच्या प्रजेकडे प्रेमाने पहा आणि ती तुमच्या जिवाला जीव देईल.''

भयजनक या बोलण्यावर थोडा गुरगुरला आणि विचार करू लागला. शेवटी तो म्हणाला, ''तुम्ही बरोबर बोलत आहात. मला तुमचा प्रस्ताव मंजूर आहे. पण हे सुद्धा लक्षात ठेवा, जर तुम्ही दिलेला शब्द पाळला नाहीत आणि एखाद्या दिवशी कुणीच आले नाही तर मी तुम्हा सर्वांना खाऊन टाकेन. एकाला नाही, सर्वांना!''

आणि मग ठरले की रोज एका प्राण्याने सिंहाकडे त्याचे भक्ष्य म्हणून जावे. आता इतर प्राणी निश्चिंतपणे फिरू लागले.

एक दिवस एका सशाची पाळी आली. सशाला जावेसे वाटत नव्हते पण त्याचा निरुपाय होता. जर तो वेळेवर गेला नसता तर भयजनकाला राग आला असता आणि मग त्याने जंगलातल्या सर्वांना खाल्ले असते.

सगळा धीर एकवटून, ससा सिंहाच्या गुहेच्या दिशेने चालू लागला. त्याचा विचार सुरू होता की जर हे थांबवता आले तर, सिंहाला मारता आले तर!... पण एक लहान

ससा इतक्या अजस्त्र सिंहाला कसा मारणार?

सशाच्या विचारांबरोबर त्याच्या चालण्याचा वेग कमी होत चालला होता. स्वतःला आणि इतर प्राण्यांना वाचवायला नक्कीच काहीतरी मार्ग असणारच!

चालतचालत ससा जंगलाच्या मध्यभागी एका विचित्र गोष्टीजवळ आला. ती एक गोलाकार दगडी भिंत होती. भयजनकाच्या गुहेजवळ असल्यामुळे प्राणी इकडे फिरकतच नसत. म्हणून ती प्रथमच त्याच्या दृष्टीस पडली होती.

सशाने चपळतेने भिंतीवर उडी घेतली आणि खाली डोकावला आणि पाहतो तर काय? त्या भिंतीमागे विहीर होती आणि विहिरीच्या पाण्यातून एक दुसरा ससा त्याच्याकडे बघत होता.

क्षणभर सशाला खूप भीती वाटली. पण नंतर त्याला पावसाच्या पाण्यात असेच स्वतःला पाहिल्याचे आठवले. अगदी त्याच्यासारखे दिसणारे त्याचे प्रतिबिंबच होते ते!

अचानक सशाला एक नामी युक्ती सुचली. काय करायचे, हे तो बरोबर समजला आणि तो पटापट मार्गी लागला. वेळ खूपच कमी होता.

ससा सिंहाच्या गुहेत पोहोचेपर्यंत सूर्यास्ताची वेळ झाली होती. भयजनक भयंकर चिडला होता.

दुष्टपणे आपल्या जिभल्या चाटत भयजनक विचार करत होता. ''उद्या मी जंगलातल्या सगळ्या प्राण्यांना खाऊन टाकेन.''

इतक्यात ससा त्याच्या पुढे येऊन उभा राहिला. तो खूपच घाबरलेला दिसत होता.

सिंह गरजला, ''इतका उशीर का केलास? आणि जरा स्वत:कडे बघ! तुला तर मी एका घासात संपवेन. माझ्यासारख्या बलाढ्य सिंहाला तुझ्यासारखा दुबळा ससा काय पुरणार? तुला पाठवलेच कसे त्यांनी? तुला एका दमात मी मारून टाकेन. आणि बाकीचे? ते उद्या मरतील.''

''महाराज, माझी काहीच चूक नाही.'' ससा थरथरत, मुसमुसत बोलू लागला. ''माझ्यासोबत आणखी चार ससे होते. तुम्हाला एक ससा पुरणार नाही हे आम्हाला ठाऊक होते. पण वाटेत दुसऱ्या सिंहाने आम्हाला अडवले.''

''त्याला आम्हाला खायचे होते. आम्ही म्हणालो की आम्हाला तर भयजनक खाणार आहे. त्याला फार राग आला. तो म्हणाला, 'कोण आहे हा भयजनक? जा, त्याला सांगा की मी त्याला लढाईचे आव्हान देत आहे. त्याला मारून मी जंगलाचा राजा बनेन.म्हणून त्याने मला इथे पाठवून इतर सशांना डांबून ठेवले आहे. याकरता मला उशीर झाला, महाराज,'' ससा क्षीण स्वरात म्हणाला.

भयजनकाला भयानक संताप आला ''राजा होणार काय! ने मलाच त्याच्याकडे,'' तो ओरडला.

ससा म्हणाला, ''तो लपला आहे महाराज. तुम्हाला तो दिसणार नाही पण त्याला मात्र तुम्ही नक्की दिसाल.''

पण भयजनक मुळीच ऐकेना. आजवर त्याच्या सत्तेला असे उघड आव्हान कुणीच दिले नव्हते आणि तो हे मुळीच सहन करणार नव्हता. तो खेकसला, ''चल ने मला त्याच्याकडे.''

"पण महाराज, तो खूप मोठा आणि बलशाली असावा. तो एका दगडी भिंतीच्या आत लपलाय. ह्यात पुष्कळ धोका आहे. आणि आम्हाला तुम्ही हवे आहात, महाराज."

"मला काय होणार आहे? जे होणार आहे ते त्यालाच होईल. आणि मला तुझा फुकटचा सल्ला नकोच आहे. आता गप्प बस आणि रस्ता दाखव."

आता बिचारा ससा तरी काय करणार? त्याने भयजनकाला विहिरीचा रस्ता दाखवला. "तिकडे महाराज, तो तिथेच लपला आहे." ससा विहिरीकडे बोट दाखवत म्हणाला.

भयजनक एक जोरदार डरकाळी फोडत विहिरीत डोकावला. विहिरीतला सिंह सुद्धा मोठ्यांदा गरजला. त्याची डरकाळी तर जास्तीच मोठी होती. तो आवाज वाढत वाढत वाढतच गेला. भयजनकाला एक क्षणभरही तो दुसरा सिंह आपल्या डोळ्यापुढे सहन होईना. त्या सिंहाला मारून टाकायला भयजनकाने विहिरीत उडी घेतली आणि तो स्वतःच बुडून मेला.

भयजनक आपल्या प्रतिबिंबालाच आपला शत्रू समजला होता!

स्वत:वर खूश झालेला ससा बागडतच जंगलात परत गेला. त्याने इतर प्राण्यांना सर्व हकीकत सांगितली.

भयानक भयजनकापासून सर्वांचे प्राण वाचवल्याबद्दल सर्व प्राण्यांनी सशाभोवती फेर धरला आणि ते आनंदाने नाचू गाऊ लागले.

आणि त्यानंतर सर्व प्राणी आनंदाने राहू लागले.

म्हणूनच म्हणतात ना

''शक्तीपेक्षा युक्ती श्रेष्ठ!''

जादूचं खीरपात्र

गरीब बिचारी लीना आईबरोबर झोपडीत राहात असे. खूप-खूप गरीब होत्या त्या. एक दिवस तर काही म्हणजे काहीच नव्हते त्यांना खाण्यासाठी.

छोटी लीना भुकेने व्याकूळ होऊन गेली, जाऊन बसली जवळच्याच रानात. तिला रडूच आवरेना.

''काय झालं ग बाळा? का रडतेस अशी?'' कुठूनतरी कुणाचातरी हळुवार आवाज आला.

प्रेमळ आवाजात एक आजीबाई विचारत होती. लीनाच्या केविलवाण्या रडण्याचे कारण तिला समजले. त्या दयाळू आजीबाईंनी लीनाला एक जादूचे भांडे दिले आणि म्हणाली, ''हे बघ या जादूच्या पात्राला म्हणायचं, ''अरे अरे बुडकुल्या, मला खीर दे.'' मग तुला छानशी खीर भरपूर खायला मिळेल. पण लक्षात ठेव हं की भांडे

भरल्याबरोबर ''थांब रे बुडकुल्या, थांब हं थांब'' असं त्याला सांगायचे. समजले?''

लीनाने उत्सुकतेने जादूच्या पात्राला सांगितले, ''अरे अरे बुडकुल्या, मला खीर दे.'' आणि काय गंमत! खरंच, छानशा खिरीने भांडे भरू लागले, तसे लीनाला आठवले. ती पटकन् म्हणाली, ''थांब रे बुडकुल्या, थांब हं थांब.''

भुकेल्या लीनाने चाटूनपुसून खीर खाल्ली.

धावतधावतच लीना घरी आईकडे आली. आईला सर्व हकीकत सांगून खिरीचे भांडे दाखवले आणि म्हणू लागली, ''अरे अरे बुडकुल्या, मला खीर दे.'' भांड्यातील खीर पाहून आई खूपच खूश झाली. माऊबाईनेही खीर खाल्ली. आईनेही पोटभर खाल्ली. ''थांब रे बुडकुल्या, थांब हं थांब'' म्हणताच खीर येणे थांबले.

आई आनंदाने हरखून गेली, ''आपली गरिबी संपली बाई.'' आता रोज काम करून आल्यावर भूक लागली की -

'जादूच्या पात्राची पंगत। भरपेट खिरीची गंमत।

माऊपण नाही भुकी। सर्वच झाले सुखी।'

एकदा काय झालं, लीना गेली होती बागेत खेळायला. तिला परत यायला वेळ झाला. इकडे आईला तर भूक लागली होती. तिने जादूचे पात्र घेतले व म्हणू लागली,

''अरे अरे बुडकुल्या मला खीर दे.'' आईने माऊला ताटलीत खीर दिली व स्वत:ही घेऊन खाऊ लागली. खाताखाता ती भांड्याला जादू थांबवायला सांगणे विसरून गेली.

इकडे भांडे खिरीने भरू लागले... भरू लागले, इतके की ऊतू जाऊ लागले. ते पाहून आई गडबडली, गोंधळली. भांड्याला थांब कसे सांगायचे तेच विसरून गेली.

भांडे भरून गेले, खीर ऊतू जात राहिली. जमिनीवर सांडू लागली, वाहू लागली. इतकी की त्यांचे छोटेसे घर भरून गेले, तरीही भांड्यातून खीर येतच राहिली. आता खीर आणखीच पसरू लागली. घराघरांमधून, रस्त्यारस्त्यांवरून वाहू लागली. खीर काही थांबेना. लोकांची त्रेधा उडाली. आई घाबरून गेली, ''अरे कुणी मदत करा रे, ही जादू थांबवा रे.''

त्याच वेळी लीना बागेतून परत निघाली होती. बाऽपरे, हा काय गोंधळ? त्या खीरभरल्या रस्त्यावरून तिची आई तिलाच शोधत, आरडाओरडा करत येत होती.

लीनाच्या डोक्यात एकदम प्रकाश पडला. तिने तिथूनच "थांब रे बुडकुल्या, थांब हं थांब" म्हणून त्या जादूच्या पात्राची विनवणी केली आणि हुश्श-सरतेशेवटी खिरीचा लोट थांबला एकदाचा!

सगळ्यांनी सुटकेचा नि:श्वास टाकला. हा ऽऽ आपलं गाव बुडता बुडता वाचलं!

पण सांभाळा हं! चुकून त्या गावाला गेलात तर... तर... खीर खीऽऽऽर खीरच खीर!

बोलणारी गुहा

ती जंगलातील दुपार होती. पाने नसलेल्या झाडांमधून सूर्य प्रखरपणे चमकत होता. पायाखालचे वाळलेले गवत चरचरत होते.

जंगलाचे लहानगे प्राणी सावलीत एकत्र जमून, सूर्यास्तापर्यंत झोपले होते. दमलेले आणि तहानलेले मोठे प्राणी, थंडगार गुहा आणि खोल पोकळ जागा धुंडाळत होते.

सारे जंगल झोपी गेले. सुकलेल्या तळ्यातील बेडूक 'डरॉंव् डरॉंव्' सुद्धा करता येणार नाही, एवढा तहानेला होता! झुडपातून रातकिड्यांचा कर्कश आवाजही ऐकू येत नव्हता. अगदी पक्षीसुद्धा निमूट होते.

जंगलातून फिरणाऱ्या सिंहाच्या पाऊलांचा हलकासा आवाजच काय तो येत होता.

शेरसिंह त्याच्या लिओसिंग नावाच्या चुलत भावाला भेटायला निघाला होता. जंगलाच्या एकदम उजवीकडे ओलांडून गेल्यावर लिओचे घर होते. हा शेरसिंहाच्या दृष्टीने लांबचा पल्ला होता.

थोडेसे उजाडल्यावर शेरसिंह त्याच्या गुहेतून बाहेर पडला. ''चांगला नाश्ता करून जा बाळा!'' त्याच्या आईने मायेने सांगितले. ''अरे, रखरखीत उन्हाचा हा जंगलातील फेरफटका आहे.'' पण एक-दोन घासच काय, आवंढा गिळण्याची सुद्धा त्याला फुरसत नव्हती, इतका तो घाईत होता. सकाळसकाळी तो उड्या मारतच निघाला.

हवा थंडगार आणि उत्साही होती आणि आकर्षित करणाऱ्या सुगंधाची होती. जेवणाच्या वेळेपर्यंत जंगलाच्या दुसऱ्या टोकापर्यंत पोहोचायचे हे शेरसिंह पुरताच विसरला. बरेच काही बघण्यासारखे होते. गप्पाटप्पांसाठी जुने मित्र होते. वळणावळणाच्या जंगलाच्या रस्त्यात कितीतरी धाडसी गोष्टी दडल्या होत्या. त्या धुंडाळण्यासाठी तो आतुरला होता.

एका निळ्या फुलपाखराचा पाठलाग करताना दमून शेरसिंह शेवटी थांबलाच.

ते गेले कुठे?

वरून सूर्य आग ओकत होता. तळपत्या आकाशाकडे बघून त्याच्या डोळ्यांची

जळजळ होऊ लागली. तो एका गवताच्या ढिगावर बसतो न बसतो, तोच घाईने टुणकन उठला. कारण ते गवत ओरखडे काढणाऱ्या काट्यांचे होते.

चुलत भाऊ लिओच्या घराच्या रस्त्यापासून दूर अशा जंगलाच्या विचित्र भागात तो होता. अन् त्याला भूकही लागली होती. बिचारा, त्याने नाश्ता केला असता तर! पण त्याने काहीच खाल्ले नव्हते. जेवणापासून तर तो दूरच होता. तो किती मैल दूर आहे याचा तो अंदाजही करू शकत नव्हता. कारण तो हरवला होता.

तळपत्या दुपारच्या निवांतपणात सारे जंगल शांत होते. शेरसिंहाचे हृदय धडधडू लागले. तो काही फार मोठा सिंह नव्हता. झाडे उंच आणि सरळ अशी अंधूक दिसायला लागली. इतर कोणीही अन्य प्राणी जंगलात दिसत नव्हता.

''हॅलोऽऽ''... शेरसिंह म्हणाला. ही हाक तशी फार मोठी नव्हती. अन् कोणीही त्याचा आवाज ऐकला नाही.

''एवढ्या मोठ्या जगात कोणीही शिल्लक नाही!'' शेरसिंह व्याकुळपणे विचार करू लागला. कदाचित इथे तो भुकेने मरेल आणि त्याची आई व चुलतभाऊ लिओला कधीच भेटू शकणार नाही, या विचाराने त्याचे डोळे पाण्याने डबडबले. हरवलेला आणि भुकेलेला होता, पण तो सिंह होता. सिंह असे सहजासहजी सोडून देणारे नसतात. एका क्षणातच त्याला जाणवले, तो एक जंगली जनावर आहे. तो जंगलाचा राजा आहे!

त्याच्या गर्जनेने जंगल हादरले. सिंहगर्जनेची ताकद समजली. दुपारच्या डुलकीतून सारे जंगल जागे झाले.

'उं! उं! ओ ऽऽ... ए!! भुकेलेला सिंह!'

बारकेसारके प्राणी कुजबुजले. खोल सावलीत सरपटत गेले.

''अरे देवा! हा भुकलेल्या सिंहाचा आवाज'' हलक्या आवाजात मोठे प्राणी पुटपुटू लागले.

''त्याला सामोरे जायचे तर या गरम हवेमुळे अशक्य आहे.'' भुकेलेला सिंह पोहोचू शकणार नाही अशा गुहांमध्ये आणि खोल जागांत ते सारे दडून बसले.

शेरसिंह कसा हरवलेला आणि लहानसा सिंह आहे, ही गोष्ट त्यांच्यापैकी कोणत्याच प्राण्याला माहीत नव्हती.

शेरसिंहाच्या गुरगुरीला कोणी उत्तरला नाही! शेरसिंह नाराजीने गुरगुरला... त्याने धीर धरला. आणि जोरात गरजला! ‘‘मला जेवायला हवे काही... किंवा काही चावायला... चघळायला...! खायचे शोधायला काही आहे युक्ती माझ्यापाशी!’’ शेरसिंह शोधायला लागला.

शेरसिंह गर्जना करू लागला आणि शिकार शोधायला निघाला. ज्यांनी त्याचा आवाज ऐकला, ते ताबडतोब घाबरून दूर गेले. शेरसिंह बडबडताना, खडबडताना, रस्त्यावर धडपडताना त्याचे पोट कसे गडबडत होते.

त्याला भक्ष्य कुठे दिसत नव्हते. शेरसिंह कुठे जातो आहे हे त्याला काही समजेना.

लवकरच त्याला एक गुहा दिसली. ती बऱ्यापैकी आरामशीर आणि झकासपैकी थंडगार होती. अगदी दमलेल्या व भुकेलेल्या सिंहांना हव्या त्या आकाराची अशी ती गुहा होती. कदाचित तिथे एखादा चवदार, लहानसा प्राणी गाढ झोपलेला असेल.

शेरसिंहाने उत्सुकतेने गुहेत उडी मारली. गुहा तर रिकामी होती, सुकलेल्या पानांचा आणि गवताचा एक बिछाना गुहेच्या कोपऱ्यात होता. त्यावरून कोणी प्राणी तेथे राहात होता आणि तो लवकरच परत येईल असे शेरसिंहाच्या लक्षात आले.

‘‘काळजी नको.’’ तो स्वत:शी बोलला.

‘‘माझे जेवण मला बोलवेपर्यंत एक छोटी डुलकी काढण्यापुरेसा वेळ माझ्यापाशी आहे म्हणा!’’

शेरसिंह अगदी लहान सिंह होता. ही लांडग्याची राहायची जागा असावी हे ओळखून होता. लांडगे जंगलातील अतिशय चतुर प्राणी असतात. जॅक हा त्यांच्यातील सर्वात हुशार लांडगा होता. तो घरी येण्याच्या वाटेवर होता, तेव्हा शेरसिंह मऊ गवताच्या गादीवर, ताजातवाना होण्यासाठी लोळत पडला.

जॅकने भुकेल्या सिंहाची गर्जना ऐकली. रखरखत्या, शुष्क दुपारी भक्ष्य मिळविण्याकरिता निघालेला सिंह कुठे असावा, हे त्याला लगेच कळले. गुहेच्याजवळ जाताच जॅकने त्याचा घसा मोकळा केला. शेरसिंह घाईत उठला. अंधारात, पाठीची कमान करत पाय जवळ घेतले आणि हल्ला करण्यासाठी सज्ज झाला.

''ए हॅलो गुहा!'' जॅक जोरात म्हणाला, ''मी जॅक आहे!''

गुहा! ऑ... शेरसिंहाने बारकाईने अवतीभोवती पाहिले. गुहेत दुसरे कोणीच नव्हतेच. भेटायला आलेला प्राणी गुहेशी तर बोलूच शकणार नाही. बोलू शकेल का? पण तो गुहेशी बोलतोय असंच वाटतंय!

''ए गुहा,'' जॅकने हाक मारली. ''तू झोपली आहेस का गं? तू उत्तर का देत नाहीस मला?''

शेरसिंह चकित झाला. गुहा म्हणजे खडकातील पोकळी! बाहेरच्या प्राण्याला ती उत्तर कशी देऊ शकेल?

''का? आज तुझे काही बिनसलंय का गं?''

जॅक रागावलेला वाटला.

''आज तुझा काही आवाजच नाही ऐकू येत मला! बरं, ठीक आहे, माझ्या येण्याचा तुला आनंद नसेल तर मी जातो बापडा! मी कधी तुला नकोय हे मला ठाऊक आहे!!''

आपले जेवण हातचे निसटते आहे हे शेरसिंहाच्या लक्षात आले. कदाचित ती अद्‌भुत गुहा खरोखरच आनंद देणारी होती. आणि कदाचित त्या बोलक्या गुहेची जादू आज चालत नसावी.

लांडग्याने दूर जाणे शेरसिंहाला नको होते. म्हणून त्याने त्याला हाक मारली. "हाय! तुला पाहून मला आनंद झाला नाही असे तुला वाटते की काय? तुझ्यासाठी जेवण करण्यात मी गुंतले होते. ये, लगेच आत ये. येतोस ना?"

"अरे नको! मी येणार नाही. अरे भुकेलेल्या लहान सिंहा!" दूर उड्या मारत जाताना लांडगा हसला. "गुहा बोलू शकते, असा विचार करण्याइतका तू मूर्ख झालास म्हणजे नक्कीच तुला खूप भूक लागली आहे!"

जंगलात संध्याकाळ लवकर येते. लांबलांब सावल्यांनी शेरसिंहाला सावधपणे गुहेच्या बाहेर पडायला भाग पाडले. रात्र आता लवकरच होणार होती आणि तो मात्र त्याचा चुलतभाऊ लिओच्या घरापासून कित्येक मैल दूर होता. भुकेलेला, दुःखी आणि अंधारात हरवलेला. लहानग्या सिंहाने काय करायचे?

“तू हरवलेला छोटा सिंह आहेस का?” प्रेमळ आवाजात त्याला कोणी तरी विचारले. शेरसिंहाने सगळीकडे पाहिले. त्याच्या अगदी समोर लहानसे नाचणारे तीन तारेच काय ते त्याला दिसले. त्याचे नाक सुरकुतले! डोळे कुचकुचले! त्याचे जसे रडे सुरू झाले, तारे त्याच्या पाठोपाठ चमकले! त्याला म्हणाले, “सांग बरं आम्हाला! कुठे जायचंय तुला? आम्ही तुला रस्ता दाखवू.” तो दयाळू आवाज पुन्हा आला.

“तुम्ही तारे आहात का?” हुंदके देत शेरसिंहाने विचारले, “माझा चुलतभाऊ लिओ कुठे राहातो ठाऊक आहे का तुम्हाला?”

हसता हसता त्यांनी किणकिण आवाज केला. “आम्ही तारे नव्हे? आम्ही काजवे!! आम्हाला लिओच्या गुहेचा पत्ता ठाऊक आहे. ये पाठोपाठ आमच्या!”

आणि दूरवर काजवे नाचले. झाडाझाडांतून मार्ग काढत, झुडुपांवरून सरकत, आणि काटेरी झुडपांमधून बागडत, अंधाऱ्या जंगलाच्या वळणावळणाच्या पलीकडे ते काजवे पोहोचले.

एकदाचे ते जंगलाच्या झाडे नसलेल्या ठिकाणी आले. उशीर झालेल्या पाहुण्याच्या येण्याचे काही चिन्ह दिसते आहे का हे काळजीने निरखत असलेल्या दूरवरच्या लिओला शेरसिंह पाहू शकत होता.

“तो बघ लिओ.” काजवे म्हणाले. “आता आम्हाला निघायला हवे! अच्छा! बाय ऽऽऽ”

शेरसिंहाने त्यांचे आभार मानायच्या आत, झुडपांवर चमकून ते दूर गेलेसुद्धा.

उदास आणि खजिल झालेल्या शेरसिंहाने लिओच्या घराचा रस्ता शोधला. तोपर्यंत झाडांमधून चांदोबा दांडग्या पिवळ्या दिव्यासारखा चमकत होता.

झुळझुळत्या झऱ्याकडे लिओ त्याला घेऊन गेला. शेरसिंह पोटभर पाणी प्यायला. थंडगार पाण्यात त्याने स्वत:च्या जखमा आणि दुखरे पंजे धुतले. त्याची काळजी करणाऱ्या लिओला स्वत:च्या धाडसाबद्दल सांगायला तो आतुर झाला होता. पण लिओ म्हणाला, “आधी जेवण!”

जेवण! त्याची वाट पाहणारे चमचमीत जेवण बघून त्याच्या तोंडाला पाणी सुटले.

आपल्या लाडक्या चुलत भावासाठी लिओने मऊ व रसाळ असे पदार्थ राखून ठेवले होते.

गुहेबद्दलचा किस्सा ऐकून लिओ म्हणाला, ''लांडगे हुशार असतात! पण ते धूर्तसुद्धा असतात. तो पळून जाताना, काय ओरडत गेला?''

'गुहा बोलू शकते, असं मानण्याचा मूर्खपणा करण्याइतका मी नक्कीच भुकेलेला नाही.' असं तो म्हणाला. शेरसिंहने उदासपणे सांगितले. ''तुला एवढी भूक लागली नसती तर तू मूर्ख ठरला नसतास! जाऊ दे.''

समाधानी आणि आनंदी झालेला शेरसिंह गाढ झोपी गेला. पुन्हा कधीही नाश्ता न करता बाहेर पडायचे नाही असे मात्र त्याने पक्के ठरविले.

माकड आणि मगर

बद्रू माकड नदीकाठच्या आंब्याच्या झाडावर राहात होते. लहानग्या बद्रूला ह्या फांदीवरून त्या फांदीवर झुलायला फार आवडत असे. गाणी गायला आणि उडत्या पाखरांबरोबर गप्पा मारायलाही त्याला आवडत असे. ती पाखरे त्याला दूरदेशीच्या गोष्टी सांगत असत.

आंब्याचे झाड छोटे आणि वाकडेतिकडे होते. उन्हाळ्यात त्या झाडाच्या फांद्या मोठ्या मोठ्या आंब्याच्या भारांनी वाकत असत. हिरव्या पानात पिवळे पिवळे धम्मक आंबे चमकत असत.

एका दुपारी बद्रू झाडावर बसला असताना त्याला नदीकाठच्या चिखलात विचित्र हालचाल झाल्यासारखे वाटले. नदीतून काहीतरी खडबडीत, ओबडधोबड लाकडाच्या ओंडक्यासारखं तरंगत आले आणि मग बद्रूला दोन पिवळे धम्मक डोळे दिसले. ते त्याच्याकडेच रोखून बघत होते. तो एक मगर होता. त्याचे नाव होते मगरू.

बद्रू झाडावर उंच जागी होता. सुरक्षित होता. मगरू काठावर आला. बद्रूने त्याच्याशी मैत्री करायचे ठरविले. बद्रू म्हणाला, "आज खूप गरम होत आहे! पाण्यात किती थंड थंड वाटत असेल नाही!"

"ये, मग माझ्याबरोबर पोहायला," मगरू कावेबाजपणे हसत म्हणाला.

मगरूचे ते टोकदार चमकते दात बघून बद्रू भीतीने कापू लागला. "नको, नको आज नको. मी आताच जेवलो आहे आणि मी भरल्या पोटी कधीच पोहत नाहीत!"

मगरूने विचारले, "काय काय जेवलास तू?"

"आंबे! तुला आवडतील खायला?"

मगरूला असे मैत्री करणारे माकड कधी भेटलेच नव्हते आणि गोडगोड आंबेही खुणावत होते. म्हणून मग मगरूने गप्पा मारायच्या आणि फराळ करायचा असे ठरविले.

पाण्यातल्या जगाबद्दल बद्रूला नेहमीच फार कुतूहल वाटत असे आणि मगरूकडे तर पाण्यातल्या गमतीदार गोष्टींचा खजिनाच होता. मगरू खूप जग फिरला होता आणि त्याने पुष्कळ अद्‌भुत गोष्टी पाहिल्या होत्या. मगरू शेवटी ढेकर देत म्हणाला, ''खूप आंबे खाल्ले मी.''

''अजून भरपूर आहेत.'' बद्रू फांदी हलवून आणखी काही आंबे खाली पाडत म्हणाला.

मगरू त्याच्या घरी परतला. मगरीना या त्याच्या बायकोने त्याला विचारले, ''दिवसभर तुम्ही कुठे होतात?''

मगरू म्हणाला, ''मला एक माकड भेटले होते.''

''वा! मग मस्त मेजवानी झोडली असेल!'' मगरीनाने दात करकरवत म्हटले, ''माझ्यासाठी एखादा तुकडा ठेवला आहे की नाही?''

''नाही, नाही. अगं बद्रू माकड माझा जवळचा दोस्त आहे. तो फार चांगला आहे. गोड रसदार आंब्यांनी लगडलेले झाड त्याच्या मालकीचे आहे.''

''पण आजचे जेवण म्हणून त्याची मस्त मेजवानी झाली असती!''

''कोणी आपल्या मित्राला खात नाही.'' पण मगरीनाला हे समजावणे म्हणजे एक कठीण कामच होते. ''मी खूप खूप आंबे खाल्ले!'' मगरूने जेवणाचे वर्णन केले.

''आंबे! काय चाललंय काय या जगात!'' मगरीना रागाने कुरकुरत म्हणाली आणि रुसून सपाट खडकाखाली शिरली.

दुसऱ्या दिवशी मगरू परत आंब्याच्या झाडापाशी गेला. बद्रूला त्याने आणखी गमतीदार कथा ऐकवल्या. दुसऱ्या शहरातील त्या अद्‌भुत कथा इतक्या रंगल्या की संध्याकाळ कधी झाली ते कोणाच्याच लक्षात आले नाही.

मगरीनाने त्या दिवशी दरडावत कालचाच प्रश्न केला, ''कुठे होतात दिवसभर?''

मगरूने समजावले, ''मी बद्रूबरोबर, म्हणजे त्या माकडाबरोबर होतो. आमचा वेळ फारच मजेत गेला.''

''माझ्यासाठी काही आंबे आणले का?''

''मी तुझ्यासाठी उद्या नक्की आणीन.'' मगरूने तिला वचन दिले.

दुसऱ्या दिवशी बद्रूला भेटल्यावर मगरूने बद्रूला आपल्या बायकोसाठी काही आंबे द्यायला सांगितले.

''अरे, तुम्हाला बायको पण आहे का? आणि मुलंबाळं?'' बद्रूची उत्सुकता जागी झाली.

मगरू उत्तरला, ''दोन्ही मुलं सागरातील शाळेत आहेत. तू त्यांना सुट्टीत भेटू शकशील!''

''वहिनींना माझा नमस्कार सांगा.'' आंब्यांनी भरगच्च लगडलेली एक फांदी बद्रूने मगरीनासाठी तोडून दिली.

फांदी घेऊन मगरू घरी परतला. मनातल्या मनात बद्रू आणि मगरीना यांच्या मैत्रीची स्वप्ने त्याने रंगविली.

पण मगरीना माकडाशी मैत्री करणे हे काही पसंत पडेना. चवदार आंब्यांचा फडशा पाडत मगरीना म्हणाली, ‘‘पण बद्रूशी काही आपलं जुळायचं नाही.’’

मगरू निश्चयाने म्हणाला, ‘‘मला ते काही माहीत नाही. बद्रू माझा मित्र आहे.’’

एके दिवशी मगरू घरी परतला तेव्हा त्याला मगरीना कुठेच दिसेना. काळजीने त्याने हाका मारायला सुरुवात केली. अखेर त्याला विव्हळण्याचा आवाज ऐकू आला.

मगरीना नदीत एका शांत ठिकाणी कण्हत पडून होती. मगरू घाबरून गेला. त्याने विचाारले, ‘‘काय झालं ग तुला?’’

मगरीना कण्हत पुटपुटली, ‘‘इथे मरायला टेकले आहे मी!’’

‘‘थांब, मी डॉक्टर माशाला बोलावतो. तो तुला बरे करेल.’’

मगरीना क्षीण आवाजात म्हणाली, ‘‘नको, नको. काही उपयोग नाही. मला शांतपणे मरू दे.’’

मगरू हुंदका देत म्हणाला, ‘‘तुला वाचविण्यासाठी मी वाट्टेल ते करायला तयार आहे. सांग मला, तुला बरे वाटावे म्हणून मी काय करू?’’

मगरीना तिचे केशरी डोळे मिटून म्हणाली, ‘‘फक्त हृदय...’’

‘‘हृदय? कोणाचं हृदय? काय म्हणायचं आहे काय तुला मगरीना?’’

मगरीना कुंथत म्हणाली, ‘‘मला फक्त माकडाचे हृदय हवे आहे. तोच एक उपाय आहे. डॉक्टर माशानेच तसे सांगितले आहे. नाहीतर मी मरून जाईन!’’

मगरीनाने डोळे उघडेपर्यंत मगरूचे हृदय धडधडत होते. ‘‘आणले का माझ्यासाठी माकडाचे हृदय?’’ बारीक आवाजात तिने विचारले.

मगरूने माकडाचे हृदय आणले नाही हे कळल्यावर मगरीनाने परत घट्ट डोळे मिटून घेतले. मग मात्र मगरू तिथे थांबला नाही. भराभर पोहत तो आंब्याच्या झाडापाशी पोहोचला.

आपला मित्र लगेच परतलेला पाहून बद्रूला आश्चर्य वाटले. ‘‘काय रे, काही वाईट बातमी आहे का? असा काय दिसतो आहेस?’’

मगरूने पटकन विचार केला... तो म्हणाला, ‘‘माझी बायको मगरीना माझ्यावर

फार रागावली आहे. आता तर तिने बोलणंच टाकलं आहे.''

''का? भांडण झालं का तुमचं?''

मगरू म्हणाला, ''अरे, तुझ्यावरूनच बद्रू! तिने तुला जेवायला घेऊन यायला सांगितले होते. जेव्हा मी एकटाच आलो हे तिने बघितले तेव्हा ती माझ्यावर खूप चिडली आणि माझ्याशी बोलणेच बंद केले.''

मगरूच्या पाठीवर झेप घेत बद्रू म्हणाला, ''हात्तिच्या, एवढंच ना? चल तर मग.

तुझ्याबरोबर जेवायला मला आवडेल.''

मगरू ओरडला, ''घट्ट धरून बस.''

आणि मगरू विद्युतवेगाने पाणी कापू लागला.

बद्रू आनंदाने ओरडला, ''हे तर बोटीपेक्षाही गमतीदार आहे.''

आंब्याचे झाड दूर राहिले. मगरूने एकदम पाण्याखाली सूर मारला आणि बद्रू पाण्याखाली ओढला गेला. मगरू म्हणाला, ''बद्रू, क्षमा कर रे बाबा!'' आणि

नदीच्या एका वळणाच्या दिशेने पोहू लागला.

बद्रूने विचारले, ''आलं का घर जवळ?''

मगरू म्हणाला, ''बस आलंच.''

पण बद्रूला तर समोर एक प्रचंड खडक दिसत होता. त्याने न कळून मगरूला विचारले, ''खरंच का आपण घराच्या जवळ आहोत?''

मगरू म्हणाला, ''हे काय, इथेच पुढे आहे.''

जसे ते दोघेजण खडकाच्या जवळ आले मगरूने परत पाण्यात बुडी मारली. ह्यावेळी बद्रू जवळजवळ बुडतच होता. बद्रू तक्रारीच्या स्वरात म्हणाला, ''सांभाळून रे मगरू! तू तर आत्ता मला बुडवणारच होतास की!''

मगरूला आता एकदम भरून आले. तो खडकावर चढला आणि त्याला रडू कोसळले. तो स्वत:शीच म्हणाला, ''किती मूर्ख आहे मी! तुझ्यासारख्या छोट्या माकडालासुद्धा मी बुडवू शकत नाही!''

बद्रूला ते ऐकून धक्काच बसला. त्याने रागानेच विचारले, ''काय म्हणतोस काय तू?''

''हो!'' मगरूने शरमेने मान खाली घातली. तो म्हणाला, ''हो! बद्रू तू माझा आवडता मित्र आहेस. पण मला तुझ्या हृदयाची खरच जरुरी आहे.''

आणि मग मगरूने बद्रूला मगरीनाच्या आजारपणाबद्दल सर्व काही सांगितले.

''बघ बद्रू, तुझे हृदय मिळाले नाही ना तर माझी प्रिय बायको...'' मगरूला त्या कल्पनेने पुढे बोलवेना.

बद्रूने झटकन विचार केला. अंगावरचे पाणी झटकत बद्रू काळजीने म्हणाला, ''अरेरे मगरू! वहिनींसाठी माझे हृदय हवे आहे हे तू मला आधीच का नाही सांगितलेस? मी ते बरोबरच नसते का घेतले?''

''काय म्हणतोस तुझ्याकडे तुझे हृदय नाही? असे कसे होईल?''

''अरे, प्रवासाला जाताना मी ते नेहमीच घरी ठेवतो! जास्त सामान बरोबर घेऊ नये असे सांगतात ना? चल, आता लवकर परत चल बघू! मगरीना वहिनींना माझे

हृदय जेवढ्या लवकर मिळेल तेवढं बरं नाही का?'' बद्रूचे हृदय ही कथा रचताना खूप धडधडत होतं. 'मगरू यावर विश्वास ठेवेल का?' बद्रू मगरूचा अंदाज घेत मनात म्हणाला.

पण बद्रूच्या बोलण्यावर मगरूचा विश्वास बसला. बद्रूला पाठीवर घेत तो म्हणाला, ''घट्ट पकड बरं का!'' आणि पोहत पोहत परत आंब्याच्या झाडाजवळ पोहोचला.

काठावर पोहोचल्यावर बद्रूने लगेच झाडावर उडी मारली आणि एका उंच फांदीवर जाऊन बसला.

मगरू ओरडला, ''चल, बद्रू लवकर आटप!''

बद्रू झाडावरून ओरडला, ''पण मगरीनाला आता वाट पहावी लागेल. माझं हृदय जिथे असायला पाहिजे तिथे सुरक्षित आहे. माझ्या शरीरात!''

मगरू रागाने लाल लाल झाला. पण बद्रू आता त्याच्या तावडीतून सुटून झाडावर

सुरक्षित होता. 'आता मगरीनाचे काय होणार? तिला काही आता माकडाचे हृदय मिळणार नाही.' मगरूच्या डोक्यात विचारचक्र सुरू झाले.

मगरू निराश होऊन घरी परतला. बघतो तर काय मगरीना बरी झाली होती. घरी आलेल्या बहिणीबरोबर ती गप्पा-विनोदात रमली होती.

मगरीनाने हसत विचारले, "कुठे आहे माकडाचे हृदय?"

मगरूने आपली कथा ऐकवली. मगरीना आणि तिची बहीण त्यावर खूप हसल्या. त्यांनी मगरूच्या भोळेपणाची चिक्कार चेष्टा केली.

त्या दिवसापासून मगरूने कधीही आंबे खाल्ले नाहीत.